谜语300首

海豚出版社

S0-AZV-381

目录

动物

鸭子 ---------------------------- 1
鹅 ---------------------------- 1
公鸡 ---------------------------- 1
狗 ---------------------------- 1
猫 ---------------------------- 3
老鼠 ---------------------------- 3
兔子 ---------------------------- 3
猪 ---------------------------- 3
山羊 ---------------------------- 5
绵羊 ---------------------------- 5
耕牛 ---------------------------- 5
奶牛 ---------------------------- 5
马 ---------------------------- 7
驴子 ---------------------------- 7
熊猫 ---------------------------- 7
狗熊 ---------------------------- 7
老虎 ---------------------------- 9
袋鼠 ---------------------------- 9
狐狸 ---------------------------- 9
狼 ---------------------------- 9
黄鼠狼 ---------------------------- 11
猴子 ---------------------------- 11
松鼠 ---------------------------- 11
刺猬 ---------------------------- 11
骆驼 ---------------------------- 13
梅花鹿 ---------------------------- 13
长颈鹿 ---------------------------- 13
斑马 ---------------------------- 13
大象 ---------------------------- 15
壁虎 ---------------------------- 15

青蛙 ---------------------------- 15
蟾蜍 ---------------------------- 15
蝌蚪 ---------------------------- 17
乌龟 ---------------------------- 17
金鱼 ---------------------------- 17
螃蟹 ---------------------------- 17
龙虾 ---------------------------- 19
泥鳅 ---------------------------- 19
鸵鸟 ---------------------------- 19
孔雀 ---------------------------- 19
企鹅 ---------------------------- 21
鹦鹉 ---------------------------- 21
燕子 ---------------------------- 21
鸽子 ---------------------------- 21
大雁 ---------------------------- 23
老鹰 ---------------------------- 23
猫头鹰 ---------------------------- 23
海鸥 ---------------------------- 23
啄木鸟 ---------------------------- 25
蝙蝠 ---------------------------- 25
海豚 ---------------------------- 25
海豹 ---------------------------- 25
鲸鱼 ---------------------------- 27
鲨鱼 ---------------------------- 27
鳄鱼 ---------------------------- 27
海马 ---------------------------- 27
乌贼 ---------------------------- 29
珊瑚 ---------------------------- 29
蜜蜂 ---------------------------- 29
蚂蚁 ---------------------------- 29
知了 ---------------------------- 31
七星瓢虫 ---------------------------- 31
蜘蛛 ---------------------------- 31
蜗牛 ---------------------------- 31
蚯蚓 ---------------------------- 33
萤火虫 ---------------------------- 33

螳螂 ---------------------------- 33
蝈蝈 ---------------------------- 33
蛾子 ---------------------------- 35
蟋蟀 ---------------------------- 35
蚕 ---------------------------- 35
苍蝇 ---------------------------- 35
蚊子 ---------------------------- 37

植物

西瓜 ---------------------------- 37
桃子 ---------------------------- 37
葡萄 ---------------------------- 37
荔枝 ---------------------------- 39
香蕉 ---------------------------- 39
橘子 ---------------------------- 39
柚子 ---------------------------- 39
柿子 ---------------------------- 41
樱桃 ---------------------------- 41
石榴 ---------------------------- 41
菠萝 ---------------------------- 41
红枣 ---------------------------- 43
甘蔗 ---------------------------- 43
核桃 ---------------------------- 43
椰子 ---------------------------- 43
西红柿 ---------------------------- 45
土豆 ---------------------------- 45
南瓜 ---------------------------- 45
黄瓜 ---------------------------- 45
冬瓜 ---------------------------- 47
玉米 ---------------------------- 47
花生 ---------------------------- 47
豆芽 ---------------------------- 47
茄子 ---------------------------- 49
藕 ---------------------------- 49
大蒜 ---------------------------- 49
竹笋 ---------------------------- 49
黑木耳 ---------------------------- 51
海带 ---------------------------- 51

qīng báo shā xiàng bái yān
轻薄纱，像白烟，

mō bù zháo sì chù sàn
摸不着，四处散，

tài yáng chū kàn bú jiàn
太阳出，看不见。

(205)

yàng zi xiàng duǒ huā
样子像朵花，

bái de zhí fā guāng
白得直发光，

dōng tiān mǎn tiān fēi
冬天满天飞，

xià tiān bú jiàn tā
夏天不见它。

(206)

mō zhe bīng bīng liáng
摸着冰冰凉，

kàn zhe jīng jīng liàng
看着晶晶亮，

zǒu zhe shī yòu huá
走着湿又滑，

shài zhe lèi wāng wāng
晒着泪汪汪。

(207)

kàn bù zháo mō bú dào
看不着，摸不到，

méi yán sè méi wèi dào
没颜色，没味道，

lí le tā bù dé liǎo
离了它，不得了。

(208)

(103)

答案205 雾

答案206 雪花

答案207 冰

答案208 空气

tiān shàng guà cǎi qiáo
天上挂彩桥，

luò zài bàn shān yāo
落在半山腰，

qī sè bìng pái zuò
七色并排坐，

hěn kuài bú jiàn liǎo
很快不见了。

(209)

nǐ pǎo tā yě pǎo
你跑它也跑，

nǐ tiào tā yě tiào
你跳它也跳，

zǒng shì gēn zhe nǐ
总是跟着你，

jiù nǐ bù zhī dào
就你不知道。

(210)

àn shàng yǒu duǒ huā
岸上有朵花，

shuǐ miàn yǒu fú huà
水面有幅画，

huà de àn shàng huā
画的岸上花，

tóu ér cháo zhe xià
头儿朝着下。

(211)

shān gǔ yǒu gè táo qì bāo
山谷有个淘气包，

duǒ zài àn chù xué rén jiào
躲在暗处学人叫，

qiāng diào hé rén yí gè yàng
腔调和人一个样，

zhēng zhe yǎn jīng zhǎo bù zháo
睁着眼睛找不着。

(212)

105

答案209 彩虹

答案210 影子

答案211 倒影

答案212 回声

xiōng huái hěn kuān guǎng
胸怀很宽广，

jiāng hé zhuāng de xià
江河装得下，

shí cháng gāo yòu dī
时常高又低，

fēng qǐ qiān céng làng
风起千层浪。

213

yí piàn dà hǎi yáng
一片大海洋，

cóng bù qǐ làng huā
从不起浪花，

kuáng fēng yì chuī guò
狂风一吹过，

màn tiān wǔ huáng shā
漫天舞黄沙。

214

yuǎn kàn xiàng liàng zì xíng chē
远看像辆自行车，

jìn kàn xiàng liàng mó tuō chē
近看像辆摩托车，

bù hē yóu tǐng fèi diàn
不喝油，挺费电。

zǒu qǐ lù lái lún zi zhuàn
走起路来轮子转。

215

mǎ ér guāi mǎ ér pǎo
马儿乖，马儿跑，

wǒ de mǎ ér bù chī cǎo
我的马儿不吃草。

shēn shēn tuǐ dēng dēng jiǎo
伸伸腿，蹬蹬脚，

lún zi yí zhuàn jiā jiù dào
轮子一转家就到。

216

107

答案213 大海

答案214 沙漠

答案215 电动车

答案216 自行车

yǒu tóu xiǎo tiě lǘ
有头小铁驴，
cóng lái bú luàn jiào
从来不乱叫，
wò zhù liǎng ěr duǒ
握住两耳朵，
tū tū xiàng qián pǎo
突突向前跑。

xiǎo lóu fáng lù shàng máng
小楼房，路上忙，
xiǎng jìn qù pái duì shàng
想进去，排队上，
yí huì sòng nǐ huí jiā jiā
一会送你回家家。

tiě wū zi dī dī dī
铁屋子，嘀嘀嘀，
sì gè lún zi zhuàn bù tíng
四个轮子转不停。
yào xiǎng zuò zhāo zhāo shǒu
要想坐，招招手，
tā sòng nǐ dào mù dì dì
它送你到目的地。

yuè yě yì gāo shǒu
越野一高手，
méi lù zhào yàng zǒu
没路照样走，
chuān yuè dà gāo yuán
穿越大高原，
shā mò xiǎn shēn shǒu
沙漠显身手。

答案217 摩托车

答案218 公共汽车

答案219 出租车

答案220 越野车

jiāng shàng liǎng tiáo shéng
江上两条绳，

shéng xià yì chē xíng
绳下一车行。

lái wǎng liǎng àn jiān
来往两岸间，

bú yòng zuò dù lún
不用坐渡轮。

221

tā xiàng huǒ chē yì tiáo lóng
它像火车一条龙，

pǎo dào xī lái pǎo dào dōng
跑到西来跑到东，

rì rì yè yè máng bù tíng
日日夜夜忙不停，

yì xīn yí yì bǎ kè sòng
一心一意把客送。

222

dà tiě niǎo
大铁鸟，

fēi bù tíng
飞不停，

sòng lǚ kè
送旅客，

xíng qiān lǐ
行千里。

223

cháng jù lóng
长巨龙，

qì shì xióng
气势雄，

mào zhe yān
冒着烟，

hōng lōng lōng
轰隆隆。

224

111

答案221 缆车

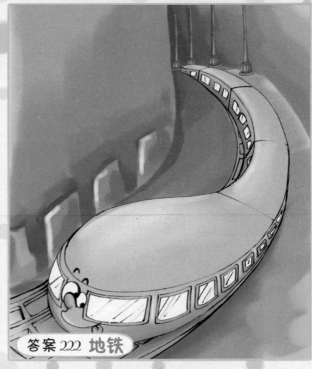

答案222 地铁

答案223 飞机

答案224 火车

bú zài tiān shàng fēi
不在天上飞，
bú zài lù shàng zǒu
不在路上走。
sòng liáng yòu yùn yóu
送粮又运油，
ài zài shuǐ shàng yóu
爱在水上游。

225

hú shàng pǎo de kuài
湖上跑得快，
hǎi shàng zhào yàng kāi
海上照样开，
wěi bā ān fēng shàn
尾巴安风扇，
jiǎo cǎi dà qì diàn
脚踩大气垫。

226

cháng pí dài yì gēn
长皮带一根，
hóng yī shang yì shēn
红衣裳一身。
jǐng bào yì lā xiǎng
警报一拉响，
chē liàng liǎng biān fēn
车辆两边分。

227

méi shì zhù yī yuàn
没事住医院，
yǒu shì gǎn zài qián
有事赶在前，
yì xīn jiù bìng rén
一心救病人，
zhēng fēn qiǎng shí jiān
争分抢时间。

228

答案225 轮船

答案226 气垫船

答案227 消防车

答案228 救护车

dà tiě xiāng
大铁箱，
bèi shàng káng
背上扛，
ài pēn shuǐ
爱喷水，
xǐ jiē máng
洗街忙。

(229)

tiě lún yuán gǔn gǔn
铁轮圆滚滚，
zǒu lù màn tūn tūn
走路慢吞吞。
nǎ yǒu bù píng lù
哪有不平路，
quán kào tā xiū zhěng
全靠它修整。

(230)

xiǎo shù méi zhī yā
小树没枝丫，
quán kào shuǐ dāng jiā
全靠水当家，
huā kāi xì yǔ xià
花开细雨下，
méi shuǐ nán kāi huā
没水难开花。

(231)

yì jiān guài fáng méi yǒu chuāng
一间怪房没有窗，
sì miàn kōng kōng méi yǒu qiáng
四面空空没有墙，
dà jiā kuài lái zuò yí zuò
大家快来坐一坐，
chàng gē tiào wǔ yòu chéng liáng
唱歌跳舞又乘凉。

(232)

115

答案229 洒水车

答案230 压路机

答案231 喷泉

答案232 凉亭

méi hé què yǒu qiáo
没河却有桥，
héng kuà dà jiē dào
横跨大街道，
shàng miàn yǒu xíng rén
上面有行人，
xià miàn qì chē pǎo
下面汽车跑。

(233)

shuǐ shàng yì zhāng gōng
水上一张弓，
jià zài hé liǎng tóu
架在河两头，
qiān jīn néng káng qǐ
千斤能扛起，
dà hé biàn tōng tú
大河变通途。

(234)

shòu gāo gè ér yì hǎo hàn
瘦高个儿一好汉，
tiān shēng zhǐ zài lù biān zhàn
天生只在路边站，
fēng chuī yǔ dǎ dōu bú pà
风吹雨打都不怕，
tóu dǐng xiàn ér bǎ diàn chuán
头顶线儿把电传。

(235)

tiě xióng yīng téng kōng qǐ
铁雄鹰，腾空起，
hōng lōng lōng qù yíng dí
轰隆隆，去迎敌。
dǎ jī qiāng rēng zhà dàn
打机枪，扔炸弹，
bǎo guó jiā liǎo bù qǐ
保国家，了不起。

(236)

117

答案233 天桥

答案234 拱桥

答案235 电线杆

答案236 战斗机

tóu dǐng diàn fēng shàn
头顶电风扇，
hū lā hū lā zhuàn
呼啦呼啦转。
tuō zhe cháng wěi bā
拖着长尾巴，
fēi xiáng zài lán tiān
飞翔在蓝天。

(237)

jiàn zài hǎi shàng zǒu
舰在海上走，
tā zài hǎi xià yóu
它在海下游，
shēng qǐ wàng yuǎn jìng
升起望远镜，
dí rén nán táo zǒu
敌人难逃走。

(238)

yì gēn cháng zhù zi
一根长柱子，
jǐ gēn duǎn zhù zi
几根短柱子，
kǔn bǎng zài yì qǐ
捆绑在一起，
tài kōng yì yóu zǐ
太空一游子。

(239)

yì zhī qiān lǐ yǎn
一只千里眼，
rào zhe dì qiú zhuàn
绕着地球转，
shí kè bù tíng xiē
时刻不停歇，
zhǐ wèi pāi zhào piàn
只为拍照片。

(240)

答案237 **直升机**

答案238 **潜水艇**

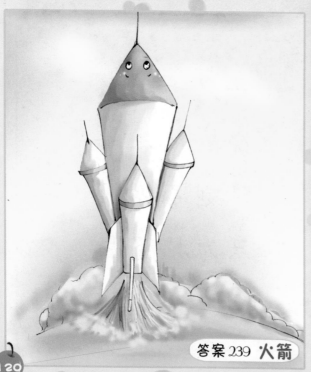

答案239 **火箭**

答案240 **军事卫星**

yuǎn kàn xiàng duǒ huā
远看像朵花，
jìn kàn xiàng bǎ sǎn
近看像把伞，
piāo zài bàn kōng zhōng
飘在半空中，
qīng qīng diào dì shàng
轻轻掉地上。

(241)

kàn sì tuō lā jī
看似拖拉机，
tiān shēng huài pí qì
天生坏脾气，
yào shì bèi rě jí
要是被惹急，
cháng bí dǎ pēn tì
长鼻打喷嚏。

(242)

cháng bí sǎng mén dà
长鼻嗓门大，
mò mò shǒu gù xiāng
默默守故乡，
yào shì dí rén lái
要是敌人来，
biàn dì kāi hóng huā
遍地开红花。

(243)

tiě guā mái dì xià
铁瓜埋地下，
quán shēn zhǎng gē da
全身长疙瘩。
shuí yào cǎi yí xià
谁要踩一下，
gē bo tuǐ bān jiā
胳膊腿搬家。

(244)

答案241 降落伞

答案242 坦克

答案243 大炮

答案244 地雷

军事和科技

tiě jiǔ píng
铁酒瓶，
dù zi dà
肚子大，
shéng chōu diào
绳抽掉，
jiù kāi huā
就开花。

245

jiào rén bú shì rén
叫人不是人，
tiě pí chuān zài shēn
铁皮穿在身，
gàn huó cóng bú lèi
干活从不累，
cōng míng shǒu ér qín
聪明手儿勤。

246

xiǎo bǎo bǎo
小宝宝，
bèng bèng tiào
蹦蹦跳，
pāi yì pāi
拍一拍，
néng tiào gāo
能跳高。

247

yàng zi yǒu xiē guài
样子有些怪，
yì diǎn yě bù dāi
一点也不呆。
shǐ jìn tuī dǎo tā
使劲推倒它，
huàng zhe zhàn qǐ lái
晃着站起来。

248

123

答案245 **手榴弹**

答案246 **机器人**

答案247 **皮球**

答案248 **不倒翁**

ǎi pàng zi
矮胖子，
jiǎo ér jiān
脚儿尖，
ái biān zi
挨鞭子，
zhuàn quān quān
转圈圈。

(249)

jǐ piàn huā yǔ máo
几片花羽毛，
shēn zi qīng yòu qiǎo
身子轻又巧，
bèng bèng yòu tiào tiào
蹦蹦又跳跳，
kàn shuí fēi de gāo
看谁飞得高。

(250)

yǒu gè hái zi pí qì bào
有个孩子脾气暴，
yí dào guò nián hōng hōng nào
一到过年哄哄闹。
cī liū yí xià cuān shàng tiān
刺溜一下蹿上天，
yī fú kù zi quán diào liǎo
衣服裤子全掉了。

(251)

yǒu gè xiǎo wá wa
有个小娃娃，
cóng xiǎo méi mā ma
从小没妈妈，
hái zi jiàn le tā
孩子见了它，
lè de xiào hā hā
乐得笑哈哈。

(252)

答案249 陀螺

答案250 毽子

答案251 冲天炮

答案252 布娃娃

cǎi sè guā
彩色瓜，

shéng ér qiān
绳儿牵，

sōng kāi shǒu
松开手，

fēi shàng tiān
飞上天。

(253)

xiǎo xiǎo huā píng
小小花瓶，

shēn cáng bǎi huā
身藏百花，

zhuàn lái zhuàn qù
转来转去，

qiān biàn wàn huà
千变万化。

(254)

xiǎo mǎ ér wān wān jiǎo
小马儿，弯弯脚

tiān shēng bú huì bǎ lù pǎo
天生不会把路跑，

qí shàng qù yáo yì yáo
骑上去，摇一摇，

yì yáo yáo dào wài pó qiáo
一摇摇到外婆桥。

(255)

mù tóu yuán
木头圆，

mù tóu fāng
木头方，

dā chéng bǎo
搭城堡，

gài lóu fáng
盖楼房。

(256)

127

答案253 气球

答案254 万花筒

答案255 木马

答案256 积木

yí kuài xiǎo mù bǎn
一块小木板，

zā zhe liǎng xiǎo biàn
扎着两小辫，

yáo yáo yòu huàng huàng
摇摇又晃晃，

sòng wá shàng lán tiān
送娃上蓝天。

257

mù tóu zuò shēn zi
木头做身子，

cǎi zhǐ zuò pí zi
彩纸做皮子，

yíng fēng tiān shàng fēi
迎风天上飞，

yāo jiān jì shéng zi
腰间系绳子。

258

shéng zi shǒu zhōng yáo
绳子手中摇，

shuāng jiǎo tiào ya tiào
双脚跳呀跳，

chuān guò dào dào mén
穿过道道门，

kàn shuí bù xiē jiǎo
看谁不歇脚。

259

yì tiáo shéng zhuā de jǐn
一条绳，抓得紧，

bù sōng shǒu jiǎo dēng wěn
不松手，脚蹬稳，

qián jìn shū hòu tuì yíng
前进输，后退赢。

260

答案257 秋千

答案258 风筝

答案259 跳绳

答案260 拔河

yǒu zuò qiáo zhēn qí guài
有座桥，真奇怪，
pá shàng qù huá xià lái
爬上去，滑下来，
gǎn jué xiàng shì kāi fēi jī
感觉像是开飞机，
xiǎo péng yǒu men zuì xǐ ài
小朋友们最喜爱。

261

dèng zi tuǐ zài zhōng jiān
凳子腿，在中间，
liǎng gè wá wa zuò liǎng biān
两个娃娃坐两边。
yí gè shēng yí gè jiàng
一个升，一个降，
dēng dēng dì miàn lún liú zhuàn
蹬蹬地面轮流转。

262

tiě sī rào gè quān
铁丝绕个圈，
zuò chéng yí gè huán
做成一个环。
tā zài qián miàn pǎo
它在前面跑，
wá zài hòu miàn gǎn
娃在后面赶。

263

jǐ gè bù wá wa
几个布娃娃，
cáng zài hēi bù xià
藏在黑布下，
chàng gē yòu tiào wǔ
唱歌又跳舞，
yǎn xì huì shuō huà
演戏会说话。

264

131

答案261 滑梯

答案262 跷跷板

答案263 铁环

答案264 木偶

xiǎo wá bái yòu pàng
小娃白又胖，

bīng xuě jiāng tā yǎng
冰雪将它养，

yǒu zuǐ bù shuō huà
有嘴不说话，

zuì pà shì yáng guāng
最怕是阳光。

265

yǒu liàng chē zhēn shì bàng
有辆车，真是棒，

kāi lái kāi qù zhǐ wèi zhuàng
开来开去只为撞，

jìn jìn tuì tuì zhēn dài jìn
进进退退真带劲，

yào wán děi qù yóu lè chǎng
要玩得去游乐场。

266

dà hú zi chuān hóng páo
大胡子，穿红袍，

jià lù chē tiān shàng pǎo
驾鹿车，天上跑，

zuān yān cōng zhǎo wà zi
钻烟囱，找袜子，

wà zi lǐ miàn sāi lǐ bāo
袜子里面塞礼包。

267

yí lì lì yì kē kē
一粒粒，一颗颗，

liàng jīng jīng zhuāng yì guō
亮晶晶，装一锅，

yí rì sān cān shǎo bù liǎo
一日三餐少不了，

xiāng qì pū bí mǎn yì wū
香气扑鼻满一屋。

268

答案265 雪人

答案266 碰碰车

答案267 圣诞老人

答案268 米饭

jīn qiú qiu　yín qiú qiu
金球球，银球球，
lǐ miàn cáng zhe huáng dòu dou
里面藏着黄豆豆。
wá wa ruò yào dǎ kāi tā
娃娃若要打开它，
huáng dòu chū lái hé bù lǒng
黄豆出来合不拢。

269

bái bái pàng pàng
白白胖胖，
fāng fāng yuán yuán
方方圆圆，
chī zài zuǐ lǐ
吃在嘴里，
sōng sōng ruǎn ruǎn
松松软软。

270

bái tǔ bāo
白土包，
xiàng guàn zi
像罐子，
bāi kāi lái
掰开来，
xiàng jiǎo zi
像饺子。

271

bái miàn bàng
白面棒，
yǒu yì shuāng
有一双，
jìn yóu guō
进油锅，
jiù biàn huáng
就变黄。

272

135

答案269 鸡蛋

答案270 馒头

答案271 包子

答案272 油条

xiǎo bái qiú yuán yòu yuán
小白球,圆又圆,

rēng dào guō lǐ gǔn yì quān
扔到锅里滚一圈,

gū lū lū fú shàng miàn
咕噜噜,浮上面,

chī zài zuǐ lǐ xiāng tián tián
吃在嘴里香甜甜。

(273)

píng rì kàn bú jiàn
平日看不见,

zhōng qiū cái lòu miàn
中秋才露面。

xiàng shì tiān shàng yuè
像是天上月,

tuán tuán yòu yuán yuán
团团又圆圆。

(274)

sì léng jiǎo yòng yè bāo
四棱角,用叶包,

xiàn ér bái sì nián gāo
馅儿白,似年糕,

duān wǔ jié màn màn jiáo
端午节,慢慢嚼。

(275)

yì qún dà bái é
一群大白鹅,

yī cì tiào xià hé
依次跳下河。

cháo shuǐ zhǎng qǐ lái
潮水涨起来,

yì qǐ yóu shàng pō
一起游上坡。

(276)

答案 273 汤圆

答案 274 月饼

答案 275 粽子

答案 276 饺子

táng yī pí guǒ zuò xiàn
糖衣皮,果作馅,
yì gēn bàng chuān yí chuàn
一根棒,穿一串,
wá wa ya yǎo yì kǒu
娃娃呀,咬一口,
chī jìn zuǐ xiāng tián tián
吃进嘴,香甜甜。

huáng mǐ tiě lóng zhuāng
黄米铁笼装,
hōng lōng yì shēng xiǎng
轰隆一声响,
lǐ miàn bái huā kāi
里面白花开,
tián tián cuì yòu xiāng
甜甜脆又香。

liǎng gēn bái tiáo zi
两根白条子,
chán chéng cū shéng zi
缠成粗绳子,
yòng yóu zhá yì zhá
用油炸一炸,
biàn chéng huáng biàn zi
变成黄辫子。

yí kuài bái miàn tuán
一块白面团,
xiàn yǒu qiān qiān wàn
线有千千万,
bú zuò huā yī shang
不做花衣裳,
zhǐ děng shuǐ zuò bàn
只等水做伴。

答案277 糖葫芦

答案278 爆米花

答案279 麻花

答案280 方便面

sè cǎi yàn　nǎi yóu duō
色彩艳，奶油多，
chuī là zhú　chàng shǒu gē
吹蜡烛，唱首歌，
shén me gē　shēng rì gē
什么歌，生日歌。

(281)

yuǎn kàn sì bái xuě
远看似白雪，
rù shuǐ wú zōng yǐng
入水无踪影。
měi wèi jiā yáo cài
美味佳肴菜，
méi tā wèi dào huài
没它味道坏。

(282)

kē kē sì yán
颗颗似盐，
wèi dào bù xián
味道不咸。
chī zài zuǐ lǐ
吃在嘴里，
wèi dào hěn tián
味道很甜。

(283)

yòng tā lái chóu bīn
用它来酬宾，
yòng tā lái jiàn xíng
用它来饯行，
yòng tā kě zhuàng dǎn
用它可壮胆，
yòng tā kě zhì bìng
用它可治病。

(284)

答案281 生日蛋糕

答案282 盐

答案283 白糖

答案284 酒

zǎo chén kāi chuāng zi
早晨开窗子，
wǎn shàng guān chuāng zi
晚上关窗子，
chuāng lǐ yǒu zhū zi
窗里有珠子，
zhū zi kàn yǐng zi
珠子看影子。

285

shān shàng liǎng gè dòng
山上两个洞，
méi mén méi chuāng hù
没门没窗户。
běn lǐng hěn shén qí
本领很神奇，
néng wén xiāng yǔ chòu
能闻香与臭。

286

cǎo cóng huā liǎng piàn
草丛花两片，
shēng yīn tīng de jiàn
声音听得见。
gé zhe shān yá wàng
隔着山崖望，
cóng lái bú jiàn miàn
从来不见面。

287

dà hóng mén bái shí qiáng
大红门，白石墙，
yí gè xiǎo hái lǐ miàn cáng
一个小孩里面藏。
néng biàn wèi néng shēn zhāng
能辨味，能伸张，
jiù shì bù kěn chū tīng táng
就是不肯出厅堂。

288

答案285 眼睛

答案286 鼻子

答案287 耳朵

答案288 舌头

xiōng dì duō yòu duō
兄弟多又多，
pái duì jǐ yì wū
排队挤一屋。
jiàn dào shí wù lái
见到食物来，
yì qǐ shàng xià mó
一起上下磨。

(289)

yì kē shù
一棵树，
wǔ zhī yā
五枝丫，
bù zhǎng yè
不长叶，
bù kāi huā
不开花。

(290)

cháng tiě zuǐ tiě tóu fāng
长铁嘴，铁头方，
shēn zi zhōng jiān chā mù bàng
身子中间插木棒，
gài xīn fáng xiū mén chuāng
盖新房，修门窗，
mù gōng yòng jù tā wéi wáng
木工用具它为王。

(291)

mù tóu ěr duǒ cháng yòu cháng
木头耳朵长又长，
yì bǎ gāng dāo zuǐ zhōng cáng
一把钢刀嘴中藏，
mù tóu nǎ yǒu bù píng chù
木头哪有不平处，
kuài kuài qǐng tā lái bāng máng
快快请它来帮忙。

(292)

答案289 牙齿

答案290 手

答案291 斧头

答案292 刨子

tóu xiàng wān yuè yá
头像弯月牙，
tuō zhe mù wěi bā
拖着木尾巴，
píng shí zài jiā lǐ
平时在家里，
fēng shōu tā zuì máng
丰收它最忙。

(293)

yì gēn cháng mù tóu
一根长木头，
guà zhe liǎng gè gōu
挂着两个钩，
tiāo shuǐ yòu dān cài
挑水又担菜，
nóng mín hǎo bāng shǒu
农民好帮手。

(294)

wān yāo qiào wěi bā
弯腰翘尾巴，
jiān tóu dì shàng huá
尖头地上滑，
rén zài hòu miàn gǎn
人在后面赶，
niú zài qián miàn lā
牛在前面拉。

(295)

shuǐ tǒng bēi shēn shàng
水桶背身上，
shǒu ná tiě guǎi zhàng
手拿铁拐杖，
pēn chū shuǐ wù lái
喷出水雾来，
hài chóng bǎ mìng sàng
害虫把命丧。

(296)

答案293 镰刀

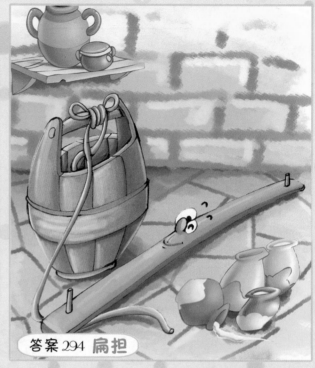

答案294 扁担

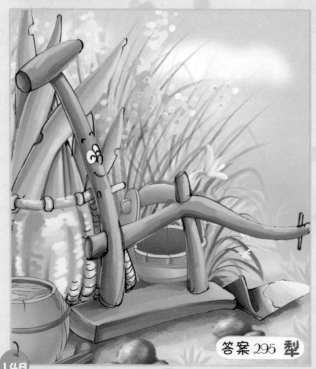

答案295 犁

答案296 喷雾器

tóu dǐng dà dǒu
头顶大斗，

xià yǒu xiǎo dǒu
下有小斗，

xiǎo dǒu tǔ mǐ
小斗吐米，

dà dǒu chī gǔ
大斗吃谷。

297

xiǎo tiě niú dū dū dū
小铁牛，嘟嘟嘟，

yì tóu hē shuǐ yì tóu liú
一头喝水一头流，

wèn tā liú dào nǎ lǐ qù
问它流到哪里去？

hé miáo xiào zhe zhí diǎn tóu
禾苗笑着直点头。

298

yì tóu dà tiě niú
一头大铁牛，

dì lǐ zǒu yì zǒu
地里走一走，

lā lí máng gēng tián
拉犁忙耕田，

huāng yě biàn lǜ zhōu
荒野变绿洲。

299

yá chǐ duō yá chǐ guài
牙齿多，牙齿怪，

ài zài shuǐ tián lǐ miàn dāi
爱在水田里面待，

kā kā kā zǒu yí lù
咔咔咔，走一路，

liú xià hé miáo yì pái pái
留下禾苗一排排。

300

答案297 碾米机

答案298 抽水机

答案299 拖拉机

答案300 插秧机

图书在版编目（CIP）数据

谜语 300 首／独角王工作室编绘.—北京:海豚出版社，2007.8

ISBN 978-7-80138-750-9

Ⅰ.谜… Ⅱ.独… Ⅲ.儿童文学－谜语－汇编－中国 Ⅳ.I287.7

中国版本图书馆 CIP 数据核字 (2007) 第 123338 号

书　　名：谜语 300 首

作　　者：独角王工作室 编绘

出　　版：海豚出版社

地　　址：北京百万庄大街 24 号　　邮政编码：100037

电　　话：(010)68997480 (销售)　　(010)68326332 (投稿)

传　　真：(010)68993503

印　　刷：外文印刷厂

经　　销：新华书店

开　　本：24 开(889mm × 1194mm)

印　　张：6.5

版　　次：2009 年 3 月第 5 次印刷

标准书号：ISBN 978-7-80138-750-9

定　　价：13.80 元

版权所有　　侵权必究